Making Strong Friendships in the Age of Technology

టెక్నాలజీ యుగంలో బలమైన స్నేహాలను ఏర్పరచుకోవడం

Rishi Kapoor

Copyright © [2023]

Title: Making Strong Friendships in the Age of Technology

Author's: Rishi Kapoor.

This book was printed and published by [Publisher's: Rishi Kapoor]   in [2023]

ISBN:

TABLE OF CONTENTS

Chapter 1: The Importance of Friendship   05

- What is friendship and why is it important?
- The benefits of strong friendships
- How technology has changed the way we make and maintain friendships
- The challenges of making and keeping friends in the digital age

Chapter 2: Building Strong Friendships   13

- How to find people who share your interests and values
- How to start and maintain meaningful conversations
- How to be a supportive and reliable friend
- How to resolve conflicts and disagreements effectively

Chapter 3: Using Technology to Enhance Your Friendships   22

- How to use social media and other online platforms to connect with friends
- How to use technology to plan activities and stay in touch
- How to avoid the negative impacts of technology on your friendships

Chapter 4: Maintaining Friendships in the Digital Age
28

- How to deal with friends who are constantly on their phones or devices

- How to stay connected with friends who live far away

- How to balance your digital life with your real-life friendships

Chapter 5: The Future of Friendship in the Digital Age
34

- How technology will continue to shape the way we make and maintain friendships

- How to use technology to build stronger, more meaningful friendships

Chapter 1: The Importance of Friendship
Chapter 1: స్నేహం యొక్క ప్రాముఖ్యత

స్నేహం అంటే ఏమిటి మరియు ఎందుకు అది ముఖ్యం?

స్నేహం అనేది ఇద్దరు లేదా అంతకంటే ఎక్కువ వ్యక్తుల మధ్య ఉన్న ఆత్మీయ సంబంధం. ఇది విశ్వసనీయత, గౌరవం, అవగాహన మరియు ప్రేమపై ఆధారపడి ఉంటుంది. స్నేహితులు ఒకరినొకరు బాగా అర్థం చేసుకుంటారు మరియు వారి కష్టసుఖాలను పంచుకుంటారు. వారు ఒకరికొకరు సహాయం చేస్తారు మరియు మద్దతు ఇస్తారు.

స్నేహం అనేది జీవితంలో చాలా ముఖ్యమైనది. స్నేహితులు మనకు సంతోషంగా మరియు ఆరోగ్యంగా ఉండటానికి సహాయపడతారు. వారు మనకు మద్దతు ఇస్తారు మరియు మన సామర్థ్యాలను నమ్ముతారు. వారు మనకు మంచి సలహాలు ఇస్తారు మరియు మన తప్పుల నుండి నేర్చుకోవడానికి సహాయపడతారు.

స్నేహం యొక్క కొన్ని ప్రయోజనాలు:

- స్నేహితులు మనకు సంతోషంగా ఉండటానికి సహాయపడతారు. స్నేహితులతో గడిపిన సమయంలో మనం నవ్వుతాం, ఆనందంగా ఉంటాం. వారు మనకు పాజిటివ్ ఎనర్జీని ఇస్తారు మరియు మన జీవితాలను మరింత ఆనందంగా చేస్తారు.

- స్నేహితులు మనకు ఒత్తిడిని తగ్గించడానికి సహాయపడతారు. స్నేహితులతో మన మనసులోని ఆలోచనలను పంచుకోవచ్చు. వారు మనకు మంచి

సలహాలు ఇస్తారు మరియు మన సమస్యలను పరిష్కరించడానికి సహాయపడతారు.

- స్నేహితులు మనకు ఆరోగ్యంగా ఉండటానికి సహాయపడతారు. స్నేహితులతో కలిసి వ్యాయామం చేయడం, ఆరోగ్యకరమైన ఆహారాన్ని తినడం మరియు చెడు అలవాట్లను వదిలించుకోవడం మంచిది.

- స్నేహితులు మనకు మెరుగైన వ్యక్తులుగా మారడానికి సహాయపడతారు. స్నేహితులు మన మంచి చెడులను బాగా అర్థం చేసుకుంటారు. వారు మన తప్పులను ఎత్తి చూపిస్తారు మరియు మనం మెరుగైన వ్యక్తులుగా మారడానికి సహాయపడతారు.

స్నేహం అనేది జీవితంలో చాలా విలువైనది. మనకు మంచి స్నేహితులు ఉంటే మనం అదృష్టవంతులమని చెప్పవచ్చు. మన స్నేహితులను ఎల్లప్పుడూ విలువైనదిగా భావించి, వారితో మన బంధాన్ని బలంగా ఉంచుకోవాలి.

ఇక్కడ కొన్ని చిట్కాలు ఉన్నాయి, మన స్నేహాలను బలంగా ఉంచుకోవడానికి:

- మన స్నేహితులకు నమ్మకంగా ఉండాలి. మన స్నేహితులు మనకు చెప్పే రహస్యాలను ఎవరితోనూ పంచుకోకూడదు.

- మన స్నేహితులను గౌరవించాలి. వారి అభిప్రాయాలను మరియు నిర్ణయాలను గౌరవించాలి.

- మన స్నేహితులకు సహాయంగా ఉండాలి. వారు అవసరంలో ఉన్నప్పుడు వారికి సహాయం చేయాలి.

స్నేహల యొక్క ప్రయోజనాలు

స్నేహం అనేది జీవితంలోని అత్యంత ముఖ్యమైన బంధాలలో ఒకటి. మన స్నేహితులు మనకు సుఖాల్లోనూ, కష్టాల్లోనూ తోడుంటారు. మనల్ని అర్థం చేసుకునే వారు మన స్నేహితులే. మన గురించి మనకు తెలియని విషయాలను కూడా మన స్నేహితులు మనకు గుర్తు చేస్తారు.

స్నేహల యొక్క ప్రయోజనాలు అనేకం. కొన్ని ముఖ్యమైన ప్రయోజనాలు ఇక్కడ ఉన్నాయి:

- మానసిక ఆరోగ్యాన్ని మెరుగుపరుస్తుంది: స్నేహితులతో కలిసి గడపడం, వారితో మాట్లాడడం మన మానసిక ఆరోగ్యాన్ని మెరుగుపరుస్తుంది. ఒంటరిగా ఉన్నప్పుడు మనకు ఎదురయ్యే ఒత్తిడి, ఆందోళన వంటి సమస్యలను స్నేహితుల సాయంతో అధిగమించవచ్చు.

- శారీరక ఆరోగ్యాన్ని మెరుగుపరుస్తుంది: స్నేహితులతో కలిసి ఆడుకోవడం, వ్యాయామం చేయడం మన శారీరక ఆరోగ్యాన్ని మెరుగుపరుస్తుంది. స్నేహితులతో కలిసి గడపడం మనకు మంచి నిద్రను కూడా ఇస్తుంది.

- ఆత్మవిశ్వాసాన్ని పెంచుతుంది: మనల్ని అంగీకరించే, మనల్ని మేము ఉన్నట్లుగానే ప్రేమించే స్నేహితులు ఉన్నప్పుడు మన ఆత్మవిశ్వాసం పెరుగుతుంది.

- మనకు మన గురించి మరింత అవగాహన కలిగిస్తుంది: మన స్నేహితులు మన గురించి మనకు తెలియని విషయాలను కూడా మనకు గుర్తు చేస్తారు. మన బలాలను, బలహీనతలను మన

స్నేహితులతో మనం పంచుకోవచ్చు. వారు మనకు మంచి సలహాలు కూడా ఇస్తారు.

- జీవితాన్ని ఆనందంగా మారుస్తుంది: స్నేహితులు మన జీవితాన్ని ఆనందంగా మారుస్తారు. వారితో కలిసి గడపడం, వారితో నవ్వడం, వారితో పంచుకోవడం మన జీవితాన్ని మరింత అందంగా మారుస్తుంది.

స్నేహాలు మన జీవితాల్లో చాలా ముఖ్యమైనవి. మనకు మంచి స్నేహితులు ఉన్నప్పుడు మన జీవితం మరింత సుఖంగా, ఆనందంగా ఉంటుంది.

స్నేహాలను ఎలా బలంగా చేయాలి?

స్నేహాలను బలంగా చేయడానికి కొన్ని చిట్కాలు ఇక్కడ ఉన్నాయి:

- మీ స్నేహితులకు సమయాన్ని ఇవ్వండి: మీ స్నేహితులతో సమయం గడపడం చాలా ముఖ్యం. వారితో మాట్లాడండి, వారితో వెలుగులోకి వెళ్లండి, వారితో కలిసి ఆనందించండి.

- మీ స్నేహితులకు విలువ ఇవ్వండి: మీ స్నేహితులకు మీరు విలువ ఇస్తున్నారని చూపించండి. వారిని మెచ్చుకోండి, వారికి మద్దతు ఇవ్వండి.

- మీ స్నేహితులను అంగీకరించండి: మీ స్నేహితులు ఉన్నట్లుగానే వారిని అంగీకరించండి. వారి బలాలను, బలహీనతలను అంగీకరించండి.

టెక్నాలజీ మనం స్నేహాలను ఎలా చేసుకుంటామో మరియు నిర్వహిస్తామో ఎలా మార్చింది

టెక్నాలజీ మన జీవితాన్ని అన్ని రకాలుగా మార్చింది, మరియు మనం స్నేహాలను ఎలా చేసుకుంటామో మరియు నిర్వహిస్తామో కూడా మార్చింది. సోషల్ మీడియా, మొబైల్ ఫోన్లు మరియు ఇతర టెక్నాలజీలతో, మనం ప్రపంచవ్యాప్తంగా ఉన్న వ్యక్తులతో కనెక్ట్ అవ్వడం మరియు స్నేహాలు చేయడం సులభం.

ఇక్కడ టెక్నాలజీ మన స్నేహాలను ఎలా మార్చిందో కొన్ని మార్గాలు ఉన్నాయి:

- మనం ఎక్కువ మంది వ్యక్తులతో స్నేహం చేయగలం: టెక్నాలజీతో, మనం ప్రపంచవ్యాప్తంగా ఉన్న వ్యక్తులతో కనెక్ట్ అవ్వడం సులభం. మనం సోషల్ మీడియా ద్వారా స్నేహాలు చేయవచ్చు, ఆన్‌లైన్ గేమ్‌లు ఆడవచ్చు లేదా ఆన్‌లైన్ ఫోరమ్‌లలో పాల్గొనవచ్చు. ఇది మన స్నేహితుల వృత్తాన్ని విస్తరించడానికి మరియు విభిన్న నేపథ్యాలు ఉన్న వ్యక్తులతో కనెక్ట్ అవ్వడానికి మాకు సహాయపడుతుంది.

- మనం మన స్నేహితులతో ఎక్కువ సన్నిహితంగా ఉండగలం: టెక్నాలజీ మనం మన స్నేహితులతో ఎక్కువ సన్నిహితంగా ఉండటానికి సహాయపడుతుంది. మనం వారితో చాట్ చేయవచ్చు, వారితో వీడియో కాల్‌లు చేయవచ్చు లేదా వారితో గేమ్‌లు ఆడవచ్చు. ఇది మనం మన స్నేహితులతో మరింత సమయం గడపడానికి మరియు వారి గురించి మరింత తెలుసుకోవడానికి మాకు సహాయపడుతుంది.

- మనం మన స్నేహితులతో మరింత సులభంగా కనెక్ట్ అవ్వగలం: టెక్నాలజీ మనం మన స్నేహితులతో మరింత సులభంగా కనెక్ట్ అవ్వడానికి సహాయపడుతుంది. మనం వారికి టెక్స్ట్ చేయవచ్చు, వారికి కాల్ చేయవచ్చు లేదా వారికి సోషల్ మీడియాలో సందేశం పంపవచ్చు. ఇది మనం మన స్నేహితులతో సంబంధాన్ని కొనసాగించడానికి మరియు వారి జీవితాలలో ఏమి జరుగుతుందో తెలుసుకోవడానికి మాకు సహాయపడుతుంది.

అయితే, టెక్నాలజీ మన స్నేహాలను ప్రతికూలంగా కూడా ప్రభావితం చేయవచ్చు. ఉదాహరణకు, మనం సోషల్ మీడియాలో ఎక్కువ సమయం గడిపితే, మన స్నేహితులతో వ్యక్తిగతంగా గడిపే సమయం తగ్గవచ్చు. అదనంగా, టెక్నాలజీ మనం మన స్నేహితులతో ఎలా కమ్యూనికేట్ చేస్తాము అనే విధానాన్ని మార్చింది. మనం వారితో ఎక్కువ టెక్స్ట్ చేయవచ్చు లేదా వారికి కాల్ చేయవచ్చు, కానీ మనం వారితో వ్యక్తిగతంగా గడిపే సమయం తగ్గింది.

డిజిటల్ యుగంలో స్నేహాలు చేయడం, నిలుపుకోవడంలో సవాళ్లు

డిజిటల్ యుగంలో స్నేహాలు చేయడం, నిలుపుకోవడంలో అనేక సవాళ్లు ఉన్నాయి. సోషల్ మీడియా, ఇతర ఆన్‌లైన్ ప్లాట్‌ఫారమ్‌ల ద్వారా మనకు అనంతమైన స్నేహితులు చేసుకునే అవకాశం ఉంది. కానీ, ఈ ఆన్‌లైన్ స్నేహాలు నిజమైన స్నేహాలకు ప్రత్యామ్నాయం కావు.

డిజిటల్ యుగంలో స్నేహాలు చేయడం, నిలుపుకోవడంలో ఎదురయ్యే కొన్ని సవాళ్లు ఇక్కడ ఉన్నాయి:

- వాస్తవికత లేకపోవడం: ఆన్‌లైన్ స్నేహాలు వాస్తవికంగా ఉండవు. మన ఆన్‌లైన్ స్నేహితుల గురించి మనకు తెలిసినది చాలా తక్కువ. వారు ఎవరు, వారు ఏమి చేస్తారు, వారి జీవితంలో ఏమి జరుగుతుంది అనే విషయాల గురించి మనకు తెలియదు.

- నమ్మకం లేకపోవడం: ఆన్‌లైన్ స్నేహాలలో నమ్మకం ఉండదు. మన ఆన్‌లైన్ స్నేహితులు మనకు చెప్పేది అంతా నిజమని మనం ఎలా నమ్మగలం? వారు మన గురించి చూడని సమాచారాన్ని మనతో పంచుకుంటారా?

- సాన్నిహిత్యం లేకపోవడం: ఆన్‌లైన్ స్నేహాలలో సాన్నిహిత్యం ఉండదు. మన ఆన్‌లైన్ స్నేహితులతో మనం ఎంత ఎక్కువగా మాట్లాడినప్పటికీ, వారితో మనకు ఉన్న అనుబంధం వాస్తవ స్నేహితులతో మనకు ఉన్న అనుబంధంతో సమానం కాదు.

- సమయం లేకపోవడం: డిజిటల్ యుగంలో, మనకు సమయం లేకపోవడం ఒక పెద్ద సమస్య. మన బిజీ

జీవితాల్లో మనకు మన స్నేహితులతో గడపడానికి సమయం ఉండదు.

డిజిటల్ యుగంలో స్నేహాలు చేయడం, నిలుపుకోవడంలో ఎదురయ్యే సవాళ్లను అధిగమించడానికి కొన్ని చిట్కాలు ఇక్కడ ఉన్నాయి:

- నిజమైన స్నేహాలను పెంపొందించండి: డిజిటల్ యుగంలో, నిజమైన స్నేహాలను పెంపొందించడం చాలా ముఖ్యం. నిజమైన స్నేహాలు మనకు సుఖాల్లోనూ, కష్టాల్లోనూ తోడుంటాయి.

- మీ స్నేహితులతో సమయం గడపండి: మీ స్నేహితులతో ఎంత ఎక్కువగా సమయం గడిపితే, వారితో మీ బంధం బలంగా అవుతుంది. వారితో మాట్లాడండి, వారితో వెలుగులోకి వెళ్లండి, వారితో కలిసి ఆనందించండి.

- మీ స్నేహితులను అంగీకరించండి: మీ స్నేహితులను ఉన్నట్లుగానే అంగీకరించండి. వారి బలాలను, బలహీనతలను అంగీకరించండి.

- మీ స్నేహితులకు విలువ ఇవ్వండి: మీ స్నేహితులకు మీరు విలువ ఇస్తున్నారని చూపించండి. వారిని మెచ్చుకోండి, వారికి మద్దతు ఇవ్వండి.

Chapter 2: Building Strong Friendships
Chapter 2: బలమైన స్నేహాలను నిర్మించడం

మీ ఆసక్తులను మరియు విలువలను పంచుకునే వ్యక్తులను ఎలా కనుగొనాలి?

మీరు మీ ఆసక్తులు మరియు విలువలను పంచుకునే వ్యక్తులతో కనెక్ట్ అవ్వాలనుకుంటున్నారా? మీరు ఒంటరిగా ఉన్నట్లు అనిపిస్తుందా లేదా మీ చుట్టూ ఉన్న వ్యక్తులు మీకు ఆసక్తి కలిగించే విషయాలతో అంతగా సంబంధం కలిగి ఉండరని భావిస్తున్నారా? మీరు చింతించాల్సిన అవసరం లేదు. మీ ఆసక్తులు మరియు విలువలను పంచుకునే వ్యక్తులను కనుగొనడానికి అనేక మార్గాలు ఉన్నాయి.

1. మీ ఆసక్తులను అన్వేషించండి

మీ ఆసక్తులు ఏమిటో తెలుసుకోవడం మొదటి దశ. మీరు ఏమి చేయడానికి ఇష్టపడతారు? మీకు ఏమి నేర్చుకోవడానికి ఆసక్తి ఉంది? మీకు ఏముంటే మీరు మీ సమయాన్ని ఎలా గడపాలనుకుంటున్నారు? మీ ఆసక్తుల గురించి మీరు తెలుసుకున్న తర్వాత, మీరు వాటిని పంచుకునే వ్యక్తులను ఎక్కడ కనుగొనవచ్చో గుర్తించవచ్చు.

2. మీ ఆసక్తులకు సంబంధించిన కార్యకలాపాలలో పాల్గొనండి

మీ ఆసక్తులకు సంబంధించిన కార్యకలాపాలలో పాల్గొనడం మీరు మీ ఆసక్తులను పంచుకునే వ్యక్తులను కలవడానికి ఒక గొప్ప మార్గం. ఇది మీ కార్యకలాపాలను బట్టి మారవచ్చు, కానీ కొన్ని ఉదాహరణలు:

- క్లబ్‌లలో చేరడం
- వాలంటీర్‌గా పనిచేయడం
- తరగతులు తీసుకోవడం
- సమావేశాలు మరియు ఈవెంట్‌లకు హాజరుకావడం
- ఆన్‌లైన్ ఫోరమ్‌లలో చేరడం

మీరు కార్యకలాపాలలో పాల్గొన్నప్పుడు, మీరు మీ ఆసక్తులు మరియు విలువలు సరిపోయే వ్యక్తులను కలుస్తారు. మీరు వారితో స్నేహం చేయవచ్చు, కలిసి నేర్చుకోవచ్చు మరియు సరదాగా గడపవచ్చు.

3. మీ ఆసక్తులకు సంబంధించిన సోషల్ మీడియా గ్రూపులలో చేరండి

సోషల్ మీడియాలో, మీ ఆసక్తులకు సంబంధించిన అనేక రకాల గ్రూపులు మరియు కమ్యూనిటీలు ఉన్నాయి. ఈ గ్రూపులు మీరు ఇతర వ్యక్తులతో కనెక్ట్ అవ్వడానికి, చర్చించడానికి మరియు సమాచారాన్ని పంచుకోవడానికి అనుమతిస్తాయి.

మీ ఆసక్తులకు సంబంధించిన గ్రూపులను కనుగొనడానికి, మీరు Facebook, Twitter, LinkedIn మరియు Reddit వంటి సోషల్ మీడియా ప్లాట్‌ఫారమ్‌లలో శోధించవచ్చు. మీరు మీ ఆసక్తులు ఏమిటో తెలియజేసే కీలక పదాలను ఉపయోగించి శోధించవచ్చు. ఉదాహరణకు, మీరు "telugu books" లేదా "telugu culture" వంటి కీలక పదాలను ఉపయోగించి శోధించవచ్చు.

మంచి సంభాషణలు ఎలా ప్రారంభించాలి, నిర్వహించాలి

మానవులుగా, మేము సంభాషించడానికి కష్టపడతాము. మేము ఒకరినొకరం అర్థం చేసుకోవాలని కోరుకుంటాము, కానీ ప్రతి ఒక్కరికీ వారి స్వంత అనుభవాలు, దృక్కోణాలు ఉన్నందున ఇది సులభం కాదు. మంచి సంభాషణలు ప్రారంభించడానికి మరియు నిర్వహించడానికి కొన్ని చిట్కాలు ఇక్కడ ఉన్నాయి:

1. నిజాయితీగా ఉండండి. మంచి సంభాషణలు నిజాయితీపై ఆధారపడి ఉంటాయి. మీరు ఎవరో మీరు ఉండండి మరియు మీరు అనుకుంటున్నది చెప్పండి. భయపడవద్దు లేదా మీరు ఏమి అనుకుంటున్నారో చెప్పడానికి సిగ్గుపడవద్దు.

2. తీర్పు లేకుండా వినండి. మంచి సంభాషణలు తీర్పు లేకుండా వినడంపై ఆధారపడి ఉంటాయి. మరొక వ్యక్తి చెప్పేది వినండి మరియు వారు ఎక్కడి నుండి వస్తున్నారో అర్థం చేసుకోవడానికి ప్రయత్నించండి. వారితో ఏకీభవించాల్సిన అవసరం లేదు, కానీ వారికి గౌరవం ఇవ్వండి మరియు వారు చెప్పేది వినండి.

3. ప్రశ్నలు అడగండి. ప్రశ్నలు అడగడం మంచి సంభాషణలకు మరొక ముఖ్యమైన భాగం. మరొక వ్యక్తి గురించి మరియు వారి జీవితం గురించి మరింత తెలుసుకోవాలనుకుంటున్నట్లు చూపించడానికి ప్రశ్నలు అడగండి.

4. తెరిచి ఉండండి. మంచి సంభాషణలు తెరిచి ఉండటంపై ఆధారపడి ఉంటాయి. కొత్త ఆలోచనలు మరియు అభిప్రాయాలకు తెరిచి ఉండండి. మీరు ఏదైనా నేర్చుకునే అవకాశం ఉందని గుర్తుంచుకోండి.

5. వర్తమానంలో ఉండండి. మంచి సంభాషణలు వర్తమానంలో ఉండటంపై ఆధారపడి ఉంటాయి. మీరు మరొక వ్యక్తితో మాట్లాడుతున్నప్పుడు, ఫోన్ లేదా ఇతర distractions గురించి ఆలోచించవద్దు. వారు చెప్పేది వినండి మరియు వారికి మీ పూర్తి శ్రద్ధ ఇవ్వండి.

ఇక్కడ కొన్ని అదనపు చిట్కాలు ఉన్నాయి, ఇవి మీరు మంచి సంభాషణలు ప్రారంభించడానికి మరియు నిర్వహించడానికి సహాయపడతాయి:

- సాధారణ నేల కోసం చూడండి. మీరు మరొక వ్యక్తితో మాట్లాడుతున్నప్పుడు, మీరు ఇద్దరూ ఆనందించే ఏదైనా ఉందో చూడండి. ఇది సాధారణ ఆసక్తి అయి ఉండవచ్చు, అనుభవం లేదా అభిప్రాయం. సాధారణ నేలను కనుగొనడం మీరు మాట్లాడటానికి ఏదైనా కలిగి ఉన్నట్లు భావించడానికి సహాయపడుతుంది.

మిత్రులకు ఎలా మద్దతు ఇవ్వాలి మరియు నమ్మకమైన స్నేహితుడిగా ఎలా ఉండాలి

స్నేహితులు మన జీవితాల్లో ఒక ముఖ్యమైన భాగం. వారు మనకు మద్దతు ఇస్తారు, ప్రేమిస్తారు మరియు మనల్ని నవ్విస్తారు. మనకు మంచి స్నేహితులు ఉన్నప్పుడు, మనం చాలా అదృష్టవంతులు.

మీరు మీ స్నేహితులకు ఎలా మద్దతు ఇవ్వవచ్చు మరియు నమ్మకమైన స్నేహితుడిగా ఎలా ఉండవచ్చు అనేది ఇక్కడ ఉంది:

1. వారికి చెవి అందించండి.

మీ స్నేహితుడు మాట్లాడాలనుకున్నప్పుడు, వారిని వినడానికి సమయం తీసుకోండి. వారి సమస్యలను వినండి మరియు వారికి అనుభూతి చెందండి. మీరు వారికి సలహా ఇవ్వవలసిన అవసరం లేదు, కానీ వారు వినబడుతున్నారని మరియు ఒంటరిగా లేరని వారికి తెలియజేయండి.

2. వారిని అంగీకరించండి.

ప్రతి ఒక్కరికి తమ సొంత ప్రత్యేకతలు మరియు లోపాలు ఉంటాయి. మీ స్నేహితుడిని వారు ఉన్నట్లుగానే అంగీకరించండి. వారిని మార్చడానికి ప్రయత్నించండి లేదా వారు ఎవరో కాదు అని వారికి అనిపించవద్దు.

3. వారిని నమ్మండి.

నమ్మకం ఏదైనా బంధానికి పునాది. మీ స్నేహితుడిని మీరు నమ్మాలి మరియు వారు మీపై నమ్మకం ఉంచాలి. మీరు వారికి చెప్పిన రహస్యాలను గోప్యంగా ఉంచండి మరియు వారు అవసరమైనప్పుడు వారికి అండగా ఉండండి.

4. వారికి సహాయం చేయండి.

మీ స్నేహితుడు సమస్యతో ఉన్నప్పుడు, వారికి సహాయం చేయడానికి మీ వంతు కృషి చేయండి. వారికి చెప్పండి, "నాకు సహాయం చేయగలిగిందేదైనా ఉంటే చెప్పండి." వారు మీ నుండి సహాయం కోరకపోయినా, వారికి అవసరమైనప్పుడు వారికి అండగా ఉండండి.

5. వారిని ప్రోత్సహించండి.

మీ స్నేహితుడి లక్ష్యాలు మరియు కలలకు మద్దతు ఇవ్వండి. వారిని ప్రోత్సహించండి మరియు వారిపై నమ్మండి. వారు విజయం సాధించినప్పుడు వారితో సంతోషంగా ఉండండి మరియు వారు వైఫల్యం చెందినప్పుడు వారికి అండగా ఉండండి.

6. వారితో సరదాగా గడపండి.

స్నేహానికి ముఖ్యమైన భాగం సరదాగా గడపడం. మీ స్నేహితుడితో సమయం గడపండి మరియు కలిసి ఆనందించండి. కొత్త విషయాలను ప్రయత్నించండి మరియు కొత్త జ్ఞాపకాలను సృష్టించండి.

మీరు ఈ చిట్కాలను అనుసరిస్తే, మీరు మీ స్నేహితులకు మద్దతు ఇచ్చే మరియు నమ్మకమైన స్నేహితుడిగా ఉండగలరు.

సంఘర్షణలు మరియు విభేదాలను సమర్థవంతంగా ఎలా పరిష్కరించాలి

సంఘర్షణలు మరియు విభేదాలు మనిషి జీవితంలో సహజమైన భాగం. మనందరికీ వేర్వేరు అభిప్రాయాలు, అవసరాలు మరియు కోరికలు ఉంటాయి, కాబట్టి మనం ఒకరితో ఒకరం ఏకీభవించనప్పుడు ఇది సహజం. అయితే, సంఘర్షణలు మరియు విభేదాలను సమర్థవంతంగా పరిష్కరించడం నేర్చుకుంటే, అవి మన సంబంధాలను బలపరిచే అవకాశాలుగా మారతాయి.

సంఘర్షణలు మరియు విభేదాలను సమర్థవంతంగా పరిష్కరించడానికి ఇక్కడ కొన్ని చిట్కాలు ఉన్నాయి:

1. శాంతంగా ఉండండి. సంఘర్షణలు మరియు విభేదాలను పరిష్కరించడానికి మొదటి అడుగు శాంతంగా ఉండడం. మీరు కోపంగా లేదా అసహనంగా ఉంటే, మీరు స్పష్టంగా ఆలోచించలేరు మరియు మంచి నిర్ణయాలు తీసుకోలేరు. కాబట్టి, మీరు సంఘర్షణలో ఉన్నప్పుడు, లోతైన శ్వాస తీసుకోండి మరియు మీ కోపాన్ని చల్లార్చండి.

2. మరొకరి దృక్కోణాన్ని అర్థం చేసుకోండి. సంఘర్షణలు మరియు విభేదాలను పరిష్కరించడానికి మరొక ముఖ్యమైన అడుగు మరొకరి దృక్కోణాన్ని అర్థం చేసుకోవడం. ఎందుకు వారు విధంగా అనుకుంటున్నారో అర్థం చేసుకోవడానికి ప్రయత్నించండి. వారి భావాలకు గౌరవం ఇవ్వండి, అప్పటికే ఉన్న విభేదాలను పెంచే విధంగా మాట్లాడటం మానుకోండి.

3. మీ భావాలను స్పష్టంగా కమ్యూనికేట్ చేయండి. మీరు ఎలా భావిస్తున్నారో మరియు ఏమి అనుకుంటున్నారో మరొకరికి తెలియజేయడం ముఖ్యం. అయితే, దీనిని దూకుడు లేదా నిందించే విధంగా చేయవద్దు. బదులుగా, "నేను భావిస్తున్నాను" మరియు "నేను అనుకుంటున్నాను" వంటి ప్రకటనలను ఉపయోగించి మీ భావాలను స్పష్టంగా మరియు నేరుగా కమ్యూనికేట్ చేయండి.

4. వినండి. మంచి కమ్యూనికేషన్ యొక్క ముఖ్యమైన భాగం వినడం. మరొకరు చెప్పేది శ్రద్ధగా వినండి మరియు వారు ఏమి చెప్పాలని ప్రయత్నిస్తున్నారో అర్థం చేసుకోవడానికి ప్రయత్నించండి. మధ్యలోకి కలవవద్దు లేదా వారితో ఏకీభవించనప్పుడు వారిని తొలగించవద్దు.

5. సమస్యకు పరిష్కారం కనుగొనండి. సంఘర్షణలు మరియు విభేదాలను పరిష్కరించడానికి చివరి అడుగు సమస్యకు పరిష్కారం కనుగొనడం.

Chapter 3: Using Technology to Enhance Your Friendships

Chapter 3: సాంకేతికతను ఉపయోగించి మీ స్నేహాలను పెంచుకోండి

సోషల్ మీడియా మరియు ఇతర ఆన్‌లైన్ ప్లాట్‌ఫారమ్‌లను ఉపయోగించి తెలుగులో స్నేహితులతో ఎలా కనెక్ట్ అవ్వాలో తెలుసుకోండి.

సోషల్ మీడియా మరియు ఇతర ఆన్‌లైన్ ప్లాట్‌ఫారమ్‌లు మన స్నేహితులతో కనెక్ట్ అవ్వడానికి మరియు సంబంధాలు కొనసాగించడానికి గొప్ప మార్గం. అవి మనకు వారి జీవితాలలోకి ఒక కిటికీని అందించగలవు మరియు వారితో రియల్ టైమ్‌లో కమ్యూనికేట్ చేయడానికి అనుమతిస్తాయి.

మీ స్నేహితులతో కనెక్ట్ అవ్వడానికి సోషల్ మీడియా మరియు ఇతర ఆన్‌లైన్ ప్లాట్‌ఫారమ్‌లను ఎలా ఉపయోగించాలో కొన్ని చిట్కాలు ఇక్కడ ఉన్నాయి:

- సరైన ప్లాట్‌ఫారమ్‌లను ఎంచుకోండి. అన్ని సోషల్ మీడియా ప్లాట్‌ఫారమ్‌లు ఒకేలా సృష్టించబడలేదు. కొన్ని ప్లాట్‌ఫారమ్‌లు కొన్ని రకాల వినియోగదారులకు మరింత అనుకూలంగా ఉంటాయి. ఉదాహరణకు, ఫేస్‌బుక్ అన్ని వయసుల ప్రజలకు δηµοφιλైన ప్లాట్‌ఫారమ్ అయితే, ఇన్‌స్టాగ్రామ్ మరియు TikTok యువతకు మరింత ప్రాచుర్యం పొందాయి. మీ స్నేహితులు ఏ ప్లాట్‌ఫారమ్‌లను ఉపయోగిస్తున్నారో తెలుసుకోవడానికి ప్రయత్నించండి మరియు అదే ప్లాట్‌ఫారమ్‌లలో చేరండి.

- మీ ప్రొపైల్‌ను పూర్తి చేయండి. మీ ప్రొపైల్‌ను పూర్తి చేయడం మీ స్నేహితులను కనుగొనడం సులభం చేస్తుంది. మీ పేరు, ఫొటో మరియు ఇతర సంబంధిత సమాచారంతో మీ ప్రొపైల్‌ను పూర్తి చేయండి. మీరు మీ ఇతర సోషల్ మీడియా ఖాతాలకు లింక్‌లను కూడా జోడించవచ్చు.

- స్నేహితులను శోధించండి. మీరు మీ స్నేహితులను కనుగొనడానికి మీ పరిచయాల జాబితాను ఉపయోగించవచ్చు లేదా వారి పేర్లను శోధించవచ్చు. మీరు సాధారణ ఆసక్తులు ఉన్న వ్యక్తులను కనుగొనడానికి గ్రూపులు మరియు కమ్యూనిటీలలో చేరవచ్చు.

- మీ స్నేహితులతో కమ్యూనికేట్ చేయండి. మీరు మీ స్నేహితులతో కమ్యూనికేట్ చేయడానికి వివిధ మార్గాలను ఉపయోగించవచ్చు. మీరు వారి పోస్ట్‌లకు లైక్‌లు మరియు కామెంట్లు పెట్టవచ్చు, వారికి సందేశాలు పంపవచ్చు లేదా వారితో వీడియో కాల్‌లు చేయవచ్చు.

- సరదాగా ఉండండి! సోషల్ మీడియా మరియు ఇతర ఆన్‌లైన్ ప్లాట్‌ఫారమ్‌లను ఉపయోగించి మీ స్నేహితులతో కనెక్ట్ అవ్వడం సరదాగా ఉండాలి.

సాంకేతికతను ఉపయోగించి కార్యకలాపాలను ఎలా ప్లాన్ చేయాలి మరియు సిద్ధంగా ఉండాలి?

సాంకేతికతను ఉపయోగించి మనం వివిధ రకాల కార్యకలాపాలను ప్లాన్ చేయవచ్చు. మనం సాంకేతికతను ఉపయోగించి మన స్నేహితులు మరియు కుటుంబ సభ్యులతో కలిసి పార్టీలు, పిక్నిక్లు, సినిమా షోలు మొదలైన వాటిని ప్లాన్ చేయవచ్చు. మనం సాంకేతికతను ఉపయోగించి మన పని వేళల్లో కూడా వివిధ రకాల కార్యకలాపాలను ప్లాన్ చేయవచ్చు. ఉదాహరణకు, మనం సాంకేతికతను ఉపయోగించి మన సహోద్యోగులతో కలిసి సమావేశాలు, వెబినార్లు, వర్క్‌షాపులు మొదలైన వాటిని నిర్వహించవచ్చు.

సాంకేతికతను ఉపయోగించి కార్యకలాపాలను ప్లాన్ చేయడానికి అనేక అనుకూలతలు ఉన్నాయి. మనం సాంకేతికతను ఉపయోగించి కార్యకలాపాలను ప్లాన్ చేయడం ద్వారా సమయాన్ని మరియు డబ్బును ఆదా చేయవచ్చు. మనం సాంకేతికతను ఉపయోగించి కార్యకలాపాలను ప్లాన్ చేయడం ద్వారా మనకు కావలసిన సమయంలో మరియు ప్రదేశంలో కార్యకలాపాలను నిర్వహించవచ్చు. మనం సాంకేతికతను ఉపయోగించి కార్యకలాపాలను ప్లాన్ చేయడం ద్వారా మనకు కావలసినన్ని వ్యక్తులను కార్యకలాపాలకు ఆహ్వానించవచ్చు.

సాంకేతికతను ఉపయోగించి కార్యకలాపాలను ప్లాన్ చేయడానికి కొన్ని చిట్కాలు:

- మీరు ప్లాన్ చేయాలనుకుంటున్న కార్యకలాపం రకం గురించి ముందుగానే నిర్ణయించుకోండి.

- కార్యకలాపం నిర్వహించడానికి మీకు కావలసిన తేదీ మరియు సమయాన్ని నిర్ణయించుకోండి.

- కార్యకలాపం నిర్వహించడానికి మీకు కావలసిన ప్రదేశాన్ని నిర్ణయించుకోండి.

- కార్యకలాపానికి ఆహ్వానించాలనుకుంటున్న వ్యక్తుల జాబితాను తయారు చేయండి.

- కార్యకలాపానికి కావలసిన ఏర్పాట్లను చేయండి.

- కార్యకలాపం గురించి మీరు ఆహ్వానించిన వ్యక్తులకు సమాచారం అందించండి.

టెక్నాలజీ వల్ల మీ స్నేహాలపై ప్రతికూల ప్రభావాలను ఎలా నివారించాలి

నేటి సమాజంలో, సాంకేతిక పరిజ్ఞానం మన జీవితాలలో ఒక అంతర్భాగంగా మారింది. మనం స్నేహితులతో కనెక్ట్ అవ్వడానికి, సమాచారాన్ని యాక్సెస్ చేయడానికి మరియు వినోదాన్ని పొందడానికి దీనిని ఉపయోగిస్తాము. అయితే, సాంకేతిక పరిజ్ఞానం మన స్నేహాలపై ప్రతికూల ప్రభావాన్ని చూపే అవకాశం ఉంది.

ఈ కథనంలో, సాంకేతిక పరిజ్ఞానం యొక్క ప్రతికూల ప్రభావాలను నివారించడానికి మరియు మన స్నేహాలను కాపాడుకోవడానికి కొన్ని టిప్సును అందిస్తాము.

సాంకేతిక పరిజ్ఞానం యొక్క ప్రతికూల ప్రభావాలు

- Face-to-face communication తగ్గింది: సాంకేతిక పరిజ్ఞానం మనకు మన స్నేహితులతో ఎప్పుడైనా, ఎక్కడైనా కనెక్ట్ అయ్యే అవకాశాన్ని ఇస్తుంది. అయితే, ఇది ముఖాముఖి సంభాషణ యొక్క ప్రాముఖ్యతను తగ్గించే అవకాశం ఉంది. Face-to-face communication మన శరీర భాష మరియు ముఖ కవళికల ద్వారా మనం కమ్యూనికేట్ చేయడానికి అనుమతిస్తుంది, ఇది మన స్నేహితులతో మరింత లోతైన అనుబంధాన్ని ఏర్పరచుకోవడంలో సహాయపడుతుంది.

- FOMO (Fear of Missing Out): సోషల్ మీడియా మరియు ఇతర సాంకేతిక పరిజ్ఞాన ప్లాట్‌ఫారమ్‌లు మన స్నేహితులు ఏమి చేస్తున్నారో నిరంతరం తెలుసుకోవడానికి మాకు అనుమతిస్తుంది. అయితే, ఇది FOMO (Fear of Missing Out)కి దారితీయవచ్చు, ఇది

మనం కోల్పోతున్నామని భావించటానికి మరియు మన సొంత జీవితాలతో సంతృప్తి చెందకపోవడానికి దారితీయవచ్చు.

- Cyberbullying: సాంకేతిక పరిజ్ఞానం Cyberbullyingకి కూడా దారితీయవచ్చు, ఇది మానసికంగా మరియు శారీరకంగా హానికరమైనది కావచ్చు. Cyberbullying మన స్నేహాలపై తీవ్ర ప్రభావం చూపగలదు మరియు మన ఆత్మవిశ్వాసం మరియు మానసిక ఆరోగ్యాన్ని దెబ్బతీయవచ్చు.

సాంకేతిక పరిజ్ఞానం యొక్క ప్రతికూల ప్రభావాలను నివారించడానికి టిప్స్

- Face-to-face communicationకు ప్రాధాన్యత ఇవ్వండి: సాంకేతిక పరిజ్ఞానం మీ స్నేహితులతో కనెక్ట్ అవ్వడానికి ఒక గొప్ప మార్గం, కానీ Face-to-face communication యొక్క ప్రాముఖ్యతను మనం మర్చిపోకూడదు. మీ స్నేహితులతో సమయం గడిపేటప్పుడు, మీ ఫోన్లు మరియు ఇతర పరికరాలను పక్కన పెట్టి, వారికి పూర్తి శ్రద్ధ ఇవ్వండి.

Chapter 4: Maintaining Friendships in the Digital Age
Chapter 4: డిజిటల్ యుగంలో స్నేహాలను కాపాడుకోవడం

స్నేహితులు నిరంతరం ఫోన్లలో లేదా పరికరాల్లో ఉంటే వారితో ఎలా వ్యవహరించాలి

ఈ రోజుల్లో, స్మార్ట్‌ఫోన్లు మరియు ఇతర డిజిటల్ పరికరాలు మన జీవితాలలో అంతర్భాగంగా మారిపోయాయి. వాటిని ఉపయోగించి మనం కనెక్ట్ అయి ఉండవచ్చు, సమాచారాన్ని పొందవచ్చు, వినోదాన్ని పొందవచ్చు. అయితే, ఈ పరికరాల అతిగా ఉపయోగించడం కొన్ని సమస్యలకు దారితీయవచ్చు. ఉదాహరణకు, స్నేహితులు నిరంతరం ఫోన్లలో లేదా పరికరాల్లో ఉంటే, అది మీ స్నేహానికి అడ్డంకిగా మారవచ్చు.

మీ స్నేహితులు నిరంతరం ఫోన్లలో లేదా పరికరాల్లో ఉంటే, మీరు ఈ క్రింది చిట్కాలను పాటించి వారితో వ్యవహరించవచ్చు:

- వారితో మాట్లాడండి. మీ స్నేహితులు ఫోన్లలో లేదా పరికరాల్లో ఉండటం వల్ల మీకు ఎలా అనిపిస్తుందో వారితో మాట్లాడండి. మీరు అవమానంగా భావిస్తున్నారా లేదా నిరాశగా భావిస్తున్నారా అనే దాని గురించి వారికి తెలియజేయండి. మీరు వారితో సమయం గడపాలని మరియు వారితో కనెక్ట్ అవ్వాలని కోరుకుంటున్నారని వారికి చెప్పండి.

- సరిహద్దులు ఏర్పరచండి. మీ స్నేహితులతో ఫోన్లు లేదా పరికరాల ఉపయోగం పరిమితం చేయడానికి

సరిహద్దులు ఏర్పరచుకోండి. ఉదాహరణకు, మీరు కలిసి ఉన్నప్పుడు ఫోన్లను ఉపయోగించకూడదని నిర్ణయించుకోవచ్చు లేదా రోజులో కొన్ని గంటలు మాత్రమే ఫోన్లు మరియు పరికరాలను ఉపయోగించాలని నిర్ణయించుకోవచ్చు.

- ఇతర కార్యకలాపాలకు ప్రణాళిక రచించండి. మీ స్నేహితులతో ఫోన్లు మరియు పరికరాల నుండి దూరంగా ఉండే కార్యకలాపాలను ప్లాన్ చేయండి. ఉదాహరణకు, మీరు సినిమాకు వెళ్ళవచ్చు, బౌలింగ్‌కు వెళ్ళవచ్చు లేదా హైక్‌కి వెళ్ళవచ్చు. ఈ కార్యకలాపాలు మీరు మీ స్నేహితులతో కనెక్ట్ అవ్వడానికి మరియు వారితో బలమైన స్నేహాన్ని ఏర్పరచుకోవడానికి సహాయపడతాయి.

- వారికి మంచి ఉదాహరణగా ఉండండి. మీ స్నేహితులు మీ ఫోన్ లేదా పరికరాన్ని ఎక్కువగా ఉపయోగిస్తున్నట్లు చూస్తే, వారు కూడా అలాగే చేయవచ్చు. కాబట్టి, మీ స్నేహితులకు మంచి ఉదాహరణగా ఉండండి మరియు మీ ఫోన్ లేదా పరికరాన్ని తక్కువగా ఉపయోగించండి. మీరు వారితో ఉన్నప్పుడు మీ ఫోన్‌ను పక్కన పెట్టండి మరియు వారికి పూర్తి శ్రద్ధ ఇవ్వండి.

దూరంగా నివసించే స్నేహితులతో ఎలా కనెక్ట్ అవ్వాలి

మీ స్నేహితులు దూరంగా నివసిస్తున్నప్పుడు వారితో కనెక్ట్ అవ్వడం కష్టంగా అనిపించవచ్చు. అయితే, సాంకేతిక పురోగతి మరియు సోషల్ మీడియా వలన ఇది చాలా సులభంగా మారింది. మీ స్నేహితులతో కనెక్ట్ అవ్వడానికి మరియు మీ స్నేహాన్ని బలంగా ఉంచడానికి మీరు ఉపయోగించగల కొన్ని చిట్కాలు ఇక్కడ ఉన్నాయి:

- సోషల్ మీడియాని ఉపయోగించండి. సోషల్ మీడియా మీ దూరపు స్నేహితులతో కనెక్ట్ అవ్వడానికి మరియు వారి జీవితాలలో ఏమి జరుగుతుందో తెలుసుకోవడానికి ఒక గొప్ప మార్గం. మీరు Facebook, Twitter, Instagram, Snapchat మరియు WhatsApp వంటి సోషల్ మీడియా ప్లాట్‌ఫారమ్‌లలో వారిని అనుసరించవచ్చు. ఈ ప్లాట్‌ఫారమ్‌లు మీరు మీ స్నేహితులతో చాట్ చేయడానికి, వారి ఫోటోలు మరియు వీడియోలను చూడటానికి మరియు వారి పోస్టలకు స్పందించడానికి అనుమతిస్తాయి.

- వీడియో కాల్స్ చేయండి. వీడియో కాల్స్ మీ దూరపు స్నేహితులతో ముఖాముఖికి మాట్లాడటానికి మరియు వారిని చూడటానికి ఒక గొప్ప మార్గం. మీరు Skype, WhatsApp, Google Hangouts లేదా Zoom వంటి వీడియో కాల్ యాప్‌లను ఉపయోగించి వీడియో కాల్స్ చేయవచ్చు. వీడియో కాల్స్ మీరు మీ స్నేహితులతో డీప్ కనెక్షన్‌ను ఏర్పరచుకోవడానికి మరియు వారితో బలమైన స్నేహాన్ని ఏర్పరచుకోవడానికి సహాయపడతాయి.

- రెగ్యులర్‌గా మాట్లాడండి. మీ దూరపు స్నేహితులతో రెగ్యులర్‌గా మాట్లాడటం చాలా ముఖ్యం. మీరు వారితో ఫోన్‌లో మాట్లాడవచ్చు, వారికి టెక్స్ట్ చేయవచ్చు లేదా వారికి వీడియో కాల్ చేయవచ్చు. మీరు వారి రోజు ఎలా ఉందో, వారు ఏమి చేస్తున్నారో మరియు వారి జీవితంలో ఏమి జరుగుతుందో తెలుసుకోవడానికి ప్రయత్నించండి. వారితో మీ జీవితంలో ఏమి జరుగుతుందో కూడా పంచుకోండి.

- కలిసి కార్యకలాపాలు చేయండి. మీ దూరపు స్నేహితులతో కలిసి కార్యకలాపాలు చేయడం మీ స్నేహాన్ని బలంగా ఉంచడానికి ఒక గొప్ప మార్గం. మీరు ఆన్‌లైన్ గేమ్‌లు ఆడవచ్చు, Netflix వంటి స్ట్రీమింగ్ సర్వీస్‌లో సినిమాలు లేదా టీవీ షోలు చూడవచ్చు లేదా కలిసి చదువుకోవచ్చు. మీరు వారితో వీడియో కాల్‌లో ఉన్నప్పుడు ఈ కార్యకలాపాలు చేయవచ్చు.

డిజిటల్ జీవితానికి మరియు నిజ జీవిత స్నేహాలకు మధ్య సమతుల్యతను ఎలా సాధించాలి

నేటి యుగంలో, డిజిటల్ ప్రపంచంలో మనం ఎక్కువ సమయం గడుపుతున్నాం. స్మార్ట్‌ఫోన్‌లు, ల్యాప్‌టాప్‌లు మరియు టాబ్లెట్‌ల వంటి డిజిటల్ పరికరాలకు మనం బానిసలమైపోయాము. ఈ పరికరాలు మనకు అనేక ప్రయోజనాలను అందించినప్పటికీ, మన రియల్-లైఫ్ స్నేహితులతో సంబంధాలను ప్రభావితం చేయగలవు.

మన డిజిటల్ జీవితాలను మన రియల్-లైఫ్ స్నేహితులతో సమతుల్యం చేయడం చాలా ముఖ్యం. ఎందుకంటే, రియల్-లైఫ్ స్నేహితులు మన జీవితంలో చాలా ముఖ్యమైన భాగం. వారు మనకు సరదాగా ఉంటారు, మనకు మద్దతు ఇస్తారు మరియు మనల్ని అర్థం చేసుకుంటారు.

మన డిజిటల్ జీవితాలను మన రియల్-లైఫ్ స్నేహితులతో సమతుల్యం చేయడానికి ఇక్కడ కొన్ని చిట్కాలు ఉన్నాయి:

- మీ డిజిటల్ పరికరాలకు సరిహద్దులు పెట్టుకోండి. మీరు రోజుకు ఎన్ని గంటలు డిజిటల్ పరికరాలను ఉపయోగిస్తున్నారో ట్రాక్ చేయండి మరియు మీరు ఎక్కువ సమయం గడుపుతుంటే, దానిపై పరిమితిని సెట్ చేసుకోండి.

- మీ డిజిటల్ పరికరాలను బెడ్‌రూమ్‌లో ఉంచకండి. మీరు నిద్రపోయే ముందు మీ డిజిటల్ పరికరాలకు కనీసం 30 నిమిషాలు దూరంగా ఉండటానికి ప్రయత్నించండి. ఇది మీరు నిద్రపోవడానికి సహాయపడుతుంది మరియు

ఉదయాన్నే తాజాగా మేల్కొలపడానికి సహాయపడుతుంది.

- మీ స్నేహితులతో ఎక్కువ సమయం గడపండి. మీ స్నేహితులతో కలిసి కాఫీ కోసం బయటకు వెళ్లండి, మూవీ చూడండి లేదా కేవలం మాట్లాడండి. మీ స్నేహితులతో గడిపే సమయం మీకు విశ్రాంతినిస్తుంది మరియు మీ మానసిక ఆరోగ్యాన్ని మెరుగుపరుస్తుంది.

- సోషల్ మీడియాను తక్కువగా ఉపయోగించండి. సోషల్ మీడియా మనల్ని ప్రపంచంతో కలుపుతుంది, కానీ అది మన రియల్-లైఫ్ స్నేహితులతో మన సంబంధాలను కూడా ప్రభావితం చేయగలదు. సోషల్ మీడియాను తక్కువగా ఉపయోగించడానికి ప్రయత్నించండి మరియు బదులుగా మీ స్నేహితులతో ఎక్కువ సమయం గడపండి.

Chapter 5: The Future of Friendship in the Digital Age

Chapter 5: డిజిటల్ యుగంలో స్నేహాల భవిష్యత్తు

డిజిటల్ యుగంలో స్నేహాలను కొనసాగించే విధానాన్ని సాంకేతిక పరిజ్ఞానం ఎలా ప్రభావితం చేస్తుంది

డిజిటల్ యుగంలో స్నేహాలను కొనసాగించే విధానాన్ని సాంకేతిక పరిజ్ఞానం ఎలా ప్రభావితం చేస్తుందో ఇది చర్చించే వ్యాసం.

సాంకేతిక పరిజ్ఞానం మన జీవితాలలో అంతర్భాగంగా మారిపోయింది. మనం ఎక్కడ ఉన్నా, ఎప్పుడు ఉన్నా మన స్నేహితులతో కనెక్ట్ అవ్వడానికి ఇది మాకు సహాయపడుతుంది. సోషల్ మీడియా, వీడియో కాల్స్ మరియు ఇతర ఆన్‌లైన్ ప్లాట్‌ఫారమ్‌ల ద్వారా మనం మన స్నేహితులతో కమ్యూనికేట్ చేయవచ్చు మరియు వారితో సంబంధాన్ని కొనసాగించవచ్చు.

సాంకేతిక పరిజ్ఞానం మన స్నేహాలను కొనసాగించే విధానాన్ని ఈ క్రింది విధంగా ప్రభావితం చేస్తుంది:

- మనం ఎక్కువ మంది స్నేహితులను చేసుకోవచ్చు: సాంకేతిక పరిజ్ఞానం మనకు ఎక్కువ మంది స్నేహితులను చేసుకునే అవకాశాన్ని ఇస్తుంది. మనం సోషల్ మీడియా, ఆన్‌లైన్ గేమింగ్ మరియు

ఇతర ఆన్లైన్ ప్లాట్ఫారమ్ల ద్వారా ప్రపంచవ్యాప్తంగా ఉన్న వ్యక్తులతో కనెక్ట్ అవ్వవచ్చు.

- మన స్నేహాలను నిర్వహించడం సులభం అవుతుంది: సాంకేతిక పరిజ్ఞానం మన స్నేహాలను నిర్వహించడం సులభం చేస్తుంది. మనం మన స్నేహితులతో కమ్యూనికేట్ చేయడానికి మరియు వారితో సంబంధాన్ని కొనసాగించడానికి సోషల్ మీడియా, వీడియో కాల్స్ మరియు ఇతర ఆన్లైన్ ప్లాట్ఫారమ్లను ఉపయోగించవచ్చు.

- మన స్నేహాలకు దూరం అడ్డంకి కాదు: సాంకేతిక పరిజ్ఞానం మన స్నేహాలకు దూరం అడ్డంకి కాకుండా చేస్తుంది. మనం ఎక్కడ ఉన్నా, ఎప్పుడు ఉన్నా మన స్నేహితులతో కనెక్ట్ అవ్వవచ్చు.

- మన స్నేహాలు మరింత అర్ధవంతంగా ఉంటాయి: సాంకేతిక పరిజ్ఞానం మన స్నేహాలను మరింత అర్ధవంతంగా చేస్తుంది. మనం మన స్నేహితులతో మన ఆలోచనలు, భావాలు మరియు అనుభవాలను పంచుకోవచ్చు. మన స్నేహితులకు మద్దతు ఇవ్వవచ్చు మరియు వారి నుండి మద్దతు పొందవచ్చు.

సాంకేతిక పరిజ్ఞానాన్ని ఉపయోగించి బలమైన, మరింత అర్థవంతమైన స్నేహాలను ఎలా నిర్మించాలి

డిజిటల్ యుగంలో, మనం సాంకేతిక పరిజ్ఞానాన్ని ఉపయోగించి బలమైన, మరింత అర్థవంతమైన స్నేహాలను ఎలా నిర్మించవచ్చో ఇక్కడ కొన్ని చిట్కాలు ఉన్నాయి:

- సోషల్ మీడియాను ఉపయోగించండి: సోషల్ మీడియా మనకు ప్రపంచవ్యాప్తంగా ఉన్న వ్యక్తులతో కనెక్ట్ అవ్వడానికి మరియు స్నేహాలు చేసుకునే అవకాశాన్ని ఇస్తుంది. మనం మన స్నేహితులతో సన్నిహితంగా ఉండటానికి మరియు వారితో కొత్త అనుభవాలను పంచుకోవడానికి సోషల్ మీడియాను ఉపయోగించవచ్చు.

- వీడియో కాల్లను ఉపయోగించండి: వీడియో కాల్లు మనకు మన స్నేహితులతో ముఖాముఖిగా మాట్లాడే అవకాశాన్ని ఇస్తాయి. ఇది మన స్నేహాలను మరింత బలంగా చేయడానికి మరియు మన స్నేహితులను మరింత బాగా అర్థం చేసుకోవడానికి సహాయపడుతుంది.

- ఆన్‌లైన్ గేమింగ్‌ని ఉపయోగించండి: ఆన్‌లైన్ గేమింగ్ మనకు మన స్నేహితులతో సహకరించడానికి మరియు పోటీ పడే అవకాశాన్ని ఇస్తుంది. ఇది మన బంధాలను బలపరుచుకోవడానికి మరియు మన స్నేహితులతో కొత్త అనుభవాలను పంచుకోవడానికి సహాయపడుతుంది.

- ఆన్‌లైన్ కమ్యూనిటీలలో చేరండి: ఆన్‌లైన్ కమ్యూనిటీలు మనకు మన ఆసక్తులను పంచుకునే

వ్యక్తులతో కనెక్ట్ అవ్వడానికి మరియు స్నేహాలు చేసుకునే అవకాశాన్ని ఇస్తాయి. ఇది మన జీవితాలను సుసంపన్నం చేయడానికి మరియు బలమైన స్నేహాలను ఏర్పరచుకోవడానికి సహాయపడుతుంది.